கானல் நீர்த்துளிகள்

கோகிலவாணி பழனிச்சாமி

புக் பென்சர்ஸ்

கானல் நீர்த்துளிகள்
ஆசிரியர் © கோகிலவாணி பழனிசாமி

முதற்பதிப்பு 2021
பக்கங்கள் 105

Published by Book Benchers 2021
Copyright ©Kokilavani pazhanisami
All Rights Reserved.

ISBN 978-93-5533-263-9

ThebookBenchers@gmail.com
Contact 9944992571

Affliateded By
Aelay Publish
www.aelaypublish.com

கோகிலவாணி பழனிசாமி

இவர் கோகிலவாணி பழனிச்சாமி இப்புத்தகத்தின் தொகுப்பாளர்.பல புத்தகங்களுக்கு இணை ஆசிரியராக இருந்துள்ளார் எனினும் கானல்நீர்த்துளிகள் இவர் தொகுத்து வழங்கும் முதல் புத்தகம். குன்னத்தூரில் பிறந்து ஈரோடு மாவட்டத்தில் சீரங்கம்பாளையம் எனும் சிற்றூரில் வாழும் கிராமத்துக் கவி இவர்.

"சாகும் போதும் தமிழ் படித்து சாக வேண்டும் எந்தன் சாம்பலும் தமிழ் மனந்து வேக வேண்டும் " எனும் வரிகளே இவர் தாய் தமிழின் மீது கொண்ட பற்றுக்கு சான்று.

IG ID : @kavithain-rasikai

Email ID : kokilavanip07@gmail.com

இப்புத்தகமானது மனிதனாய் பிறந்த
ஒவ்வொருவருக்குள்ளும் நிஜத்தில் இன்றி
நினைவோடு மட்டுமே மறைந்திருக்கும்
நிறைவேறாது கானல் நீராய்ப்போன மனித
உணர்வுகளை அதாவது கனவுகள் மற்றும்
ஆசைகளை மையமாகக் கொண்டு எழுதப்பட்டது.

கோகிலவாணி பழனிசாமி

ஆசையே மாயை

நிற்காமல் சுழலும் பூமி பந்தில்
நின் தன் இனிய நினைவுகளை மட்டும்
மீண்டும் மீண்டும் சுழற்றிட!

யாவிலும் யாதுமாகிய
கடவுளின் திருமுகம்
காண!

காற்றில் மிதந்து
விண்ணில் பறந்து
பார் முழுதும் சுற்றிட!

எட்டிப்பிடித்து நிலவைத் தொட்டிட
வண்ணமாய் மாறி வானவில் சேர்ந்திட
விண்மீனுடன் கதை பேசிட!

உண்மையாக பிடித்ததை
மட்டுமே நினைத்தவுடன்
செய்திட!

தென்றலுடன் உரையாடல்கள்
நடத்தி கவலைகள்
மறந்திட!

மௌனங்களிடம் பாசை அறிந்திட
காற்றிடம் விலாசம் வாங்கிட
யாவையும் அனுபவித்து உணர்ந்திட!

இன்னும் தான் எத்தனை எத்தனை
ஆசைகள் ஆன்மா குடிகொண்ட
இந்த மனித உடலில் உயிர் தங்கும் வரை!

-கோகிலவாணி பழனிசாமி

கோகிலவாணி பழனிசாமி

விளையாட்டு வீரனின் வலி

போர்க்களத்திற்கு முயற்சித்தேன்
நாள்தோறும் பயிற்சித்தேன்
பயிற்சி எல்லாம் பாலானது
என் முயற்சி வீணானது

வெற்றியினை பறிக்க ஓடினேன்
வேதனை தடுக்கி விட்டது
இரத்த காயம் ஏற்பட்டது
வீழ்ந்து கிடக்கவில்லை

இறந்த பிணம் நான் இல்லை
என்ற எண்ணம் எண்ணத்தில் உண்டு
போகவில்லை துவண்டு
கலங்கவில்லை தோல்வியை கண்டு

இன்னும் கூட வாய்ப்புண்டு
என்பதை எண்ணத்தில் நிறுத்தி
தோழ்வியை தகர்த்து
வெற்றியை துரத்தி முயற்சிக்கிறேன்

முடியும்வரை அல்ல
மண்ணில் மடியும் வரை!

தமிழின் தோழன்

அவனுள் நான்...

ரோட்டோர நடை பாதைகளில் சரி
கடலோர கரைகளிலும் சரி
அவன் பாதைகளை மட்டுமே
பின் தொடர்ந்தவள் நான்

இன்று பிணம் போல் கிடக்கிறேன்
இந்த அலைகளின் நடுவே
தொடக்கத்தின் பேச்சு போக போக
அவன் உள்ளே கலந்தது என் மூச்சு

அம்மா கூப்பிட்டால் கூட
அசராத என் கால்கள்
அவரின் ஒரு செய்தி
ஓசை கேட்டால் போதும்

சிறகே இல்லாமல்
சிறகடித்த தருணங்கள் எல்லாம்
வெறும் தருணங்களாகவே
தந்து சென்றுவிட்டான்

கோகிலவாணி பழனிசாமி

அவனுகாக சிந்தும்
கண்ணரீல் கூட
தேடாமல் போன
என் காதலே தெரிந்தது...

கண்மூடித்தனமாக நான் கொண்ட காதலை
கொஞ்சம் கண் திறந்து பார்த்தால்
எங்கே எனது வாழ்க்கை ?
என்ற கேள்விக்கு
என் கண்ணீரே பதிலாய்
இருந்தது....

அவன் பாதங்களில்
என்னை பதிக்க நினைத்த
கனவுகள் எல்லாம் காணாமல் போனது
கானல் நீராய்!

களைந்த கனவுகளை தேடும்
அ. பி. இந்து

கார்மேகம் என்றிருந்தேன் கானல் நீர் ஆனதோ!?

நம் முதல் பார்வை நினைவில் அல்ல
நிஜத்திலே இருக்கிறது இன்னமும்
தங்கையைப் போல் பாசாங்குக்காரி நீ
என் பொருளை உனதாக்கினாய்

தமக்கையாய் உடன் நின்று நீ
என் தோல்விகளை தூரம் வைத்து தேற்றினாய்
சுட்டெரிக்கும் கதிரவனின் ஒளியாக நீ
என்னுடன் தி(எ) ரிந்தாய்

தோய்ந்து கிடக்கையில் பௌர்ணமி நிலவாய் நீ
தேய்பிறை எனை வளர்பிறை ஆக்கினாய்
என்னை எனக்கே புரிய வைத்தாய் நீ
எங்கிருந்தடி வந்தாய்?

வெளிச்சத்தில் நிழலாகவும் ;
அறியாமையில் ஒளியாகவும் இருந்தாய் நீ
வந்ததே கிரகணம் நம்மிடையும் ஆராயுமுன்
ஆடிக்காற்றாய் கடந்துவிட்டாய் என்னையும் நீ

திருமணக்கோலம் கண்ட தோழி
உன்னை நினைத்தே பூரித்தேனடி
புரியவேயில்லை அதுவே எனக்கு நீ
தந்த பிரியாவிடை என்றும்......!

கோகிலவாணி பழனிசாமி

தோற்றுவிடுமடி காதல் கடிதங்கள்-நீ
எனக்கு கொடுத்த மடல்களின்
வர்ணனை இல்லாத வசனங்கள்
வரிசையில் முண்டியடிக்கும் வார்த்தைகள்

நீ என் தோழமையை தாய்மைக்கு
இணையாக வைத்திருந்தாய்
ஆனால் அன்றோ வம்புசண்டை
இன்றோ கண்களில் கத்தி சண்டை

கார்மேகம் என்றிருந்தேன்
கானல் நீர் ஆனாய் ஏனடி!

-பார்விழிகண்ணம்மா
(கி.கீர்த்தனா)

எந்தன் காதல்

மறந்திட மறந்திட
மறைந்திட மறைந்திட
நித்தம் நிகழும்
நிழலுடன் யுத்தம்...

கரைந்திட கரைந்திட
கலந்திட கலந்திட
காணாமல் போனது
எந்தன் சத்தம்...

விழித்திட விழித்திட
விரைந்திட விரைந்திட
விவரிக்க இயலாதது
உந்தன் முத்தம்...

நினைத்திட நினைத்திட
நெகிழ்ந்திட நெகிழ்ந்திட
நெருடி செல்கிறது
நினைவுகள் நித்தம்!

-நிஷாந்த்

கோகிலவாணி பழனிசாமி

அனுபவித்த ஆசைகள்

ஆசைகள் பலவிதம்!
சிறு வயதில் பொம்மைகளாக!
நடு வயதில் மட்டையாக!
பருவத்தில் காதலாக!

பருவத்தின் பின்னே உண்மைக்காக!
வேலை பருவத்தில் நிம்மதிக்காக!
முதிர்வடைந்த பின்னர் அன்புக்காக!
இறைவா, பொம்மைகளை பறித்தாய் கண்ணீர்
கொண்டேன்!

மட்டை பறித்தாய் கோபம் கொண்டேன்!
காதல் பறித்தாய் வெறுப்பு உற்றேன்!
உண்மை பறித்தாய் வாழ்வை உணர்ந்தேன்!
நிம்மதி பறித்தாய் உணர்வை இழந்தேன்!

அன்பை பறித்தாய் அடிமை ஆனேன்!
அனைத்தும் இழந்தும் உன் மனம் குளிரவில்லை!
கண்களில் கருணை பார்வை தெரியவில்லை!
வாழ்வை பறித்த நீ ஏன் உயிரினை பறிக்க
மறுக்கிறாய்?

இளங்கவி இரா சதீஷ் குமார்

கானல் நீர் மந்திரம்...

சிறுதுளி கண்ணீரும் கானல் நீராகும் மந்திரம் !
அவனுடன் அவள் கழித்த
பொழுதுகளில் அவளின் சிறு கண்ணீர் துளிகளும்
கானல் நீராய் மாற்றப்பட்ட தருணங்கள் !

நான் வீழும் பொழுதுகள் அனைத்திலும் என்ன முன்
நின்று
நீ எனக்கு பரிசளிக்கும் உன் சிறு புன்னகை!
உன்னுடன் பயணிக்கும் பொழுதுகளின்
அழகிய நினைவுகள் !

உன்னுடன் சண்டையிட்டு
மறுநொடியில் உன்னுடன்
பேச ஏங்கிய நொடிகள் பொழுதுகளில்
உன் குறுஞ்செய்திகள் மாற்றும் !

நீ என்னக்கு நாட்கள் தவறாமல்
பரிசளிக்கும் உன் பொற்காலம்!
பண்டிகை நாட்கள் தோறும் நீ எனக்கு வரமளிக்கும்
உன் புன்னகை நிறைந்த வாழ்த்துக்கள்

அனைத்தும்
என் சிறுதுளி கண்ணீரை
கானல் நீராக்கும் உன் அழகிய
மந்திரங்கள் !

-கு. ஈஸ்வரி

கோகிலவாணி பழனிசாமி

இல்லை என்பதே மாயை

உறக்கத்தின் கனவுகள் நிஜமாவதில்லை
உறக்க சொல்லா உண்மைகள் நிரூபணமில்லை
பறிக்கப்பட்ட உயிர்கள் உடலை சேர்வதில்லை

சிதைக்கப்பட்ட பெண்மை புனிதமாவதில்லை
நொறுக்கப்பட்ட நெஞ்சம் ஒட்டப்படுவதில்லை
ஆசையின் மாற்றங்கள் நிலையானதில்லை

கசங்கிய உறவுகள் புதுப்பிக்கப்படுவதில்லை
கடையப்பட்ட தயிர் உரைவதில்லை
முறிக்கப்பட்ட ஒழுக்கம் நிமிர்வதில்லை

சூரியன் ஒளிக்கதிர்களை எடுப்பதில்லை
பாலைவனத்தில் நீர்துளி தங்குவதில்லை
பனி மலையில் நீர்க்கட்டி உருகுவதில்லை

திண்ணிய எண்ணம் உடைவதில்லை
தோழமை யில் பொய்மை பதிக்கப்படுவதில்லை
கல்வி என்றென்றும் மறைக்கப்படுவதில்லை

தூங்கவிடா கனவுகள் புதைக்கப்படுவதில்லை
காதல் மாயை விண்ணாக உயர்வதில்லை
பெற்றோர் பார்வையில் பெருமை கொண்டே
வாழ்வோம் ! உயர்வோம் !

-ம. சுதா

அலைமோதிய அந்திமாலை

வாஞ்சைமிகு வாடைக் காற்றாய்
வீதியோரம் விலகினின்ற என்னை
வருடிச் சென்றாய் அன்று !
காலம் பல கோலம் செய்யும்
சற்று மிகுதியாகவே மாயம் செய்யும்

அந்த அந்திமாலைப் பொழுதினில்
அழகே உன்னைக் காணாமலிருந்திருந்தால்
அன்பே உன் விழிமின்னல் எனைத்
தாக்காமலிருந்திருந்தால்
அதிசய உன் கார்மேகக் குழலில்
மோதாமலிருந்திருந்தால்
அரியும் பார்வை என்னைத்
துளைக்காமலிருந்திருந்தால்
அருமைக் கழுத்தை உன் வெண்விரல்கள்
கீறாமலிருந்திருந்தால்
ஆசைக் கன்னம் அரும்பியப் பருக்களைத் தாண்டி
சிவக்காமலிருந்திருந்தால்
ஆரண்யப் புருவங்கள் எனைக் கண்டு வில்லென
வளையாமலிருந்திருந்தால்
அரும்பிய விண்மீனாய் உன் முத்துப் பற்கள்
முந்தாமலிருந்திருந்தால்
அன்னமாய் உன் இமைகள்
சிறகடிக்காமலிருந்திருந்தால்
இந்தக் காட்சிகள் யாவும் - என்
கண்கள் காணாதிருந்திருந்தால்
என் காதல் அத்தியாயம் அரும்பாமல் போயிருக்கும் !

கோகிலவாணி பழனிசாமி

ஆண்டுகள் கழித்தும் - உன்
அழகை திரும்பக் காண விரும்பி
அந்த அந்திமாலைக்காய்
அனுதினமும் அலைமோதுகிறேன்

அல்லித்தண்டு பாதங்கள்
அச்சென அச்சாலையில் பதியுமென
அடங்கா ஆசையோடு
அழியாக் கனவோடு

அனைத்தையும் மறந்து
ஆணவத்தைத் துறந்து
அன்னமே உனக்காய் - உன்
அகன்ற விழியில் இளைப்பாற
அன்போடு வழிமேல் விழியினைப் பதிக்கிறேன் !

- தமிழ்ச் சேவகி
த. சிந்துகவி

இதய துடிப்பு

தனிமையில் துடிக்கும் என் இதயத்துக்கு
தெரியவில்லை.
நீ திரும்ப வரப்போவதில்லை என்று
உன் நினைவில் துடிக்கிறது தொடர்கதையோ?.
உன் நினைவுகளை இதயம் சுமக்கிறது

உன் நினைவுகளை நிசப்தமாய் சொல்கிறது
வாழ்க்கை
சுயமரியாதை இழந்து தோற்றுப்போனது என்
இதயம்
உன் காதலுக்காக அதனால் என்னவோ
உன் நினைவில் வாடுகிறது

என்னை விட்டு சென்ற நீ திரும்ப வரமாட்டாய்
என அறிந்தும் துடிக்கிறது உன் நினைவில்
அன்று காதல் செய்த அனைத்தும் நீங்கா
நினைவுகள்
உன் நினைவால் துடிக்கும் இதயம் இருப்பதால்
நான் உயிருடன் இருப்பதையே உணர்கிறேன்!!!.

இரா. கலைவாணி எம்., ஏ

கோகிலவாணி பழனிசாமி

கானல் நீரும் கண்ணீரும்...

கண்ணில் கண்ட நட்புக்கள் மழை நீராய்
ஒருமித்து மண்ணில் விழ
திடீரென யார் கண் பட்டதோ
கானல் நீராய் மாறி
காணாமல் போனதே....

எண்ணங்கள் எல்லாம் அவன் என வாழ்ந்திட...
வண்ணத்துபூச்சியாய் சுதந்திர காற்றை
சுவாசித்தவளை...
திருமணம் என்ற பந்தத்தில்
அடைத்து...
கற்பனை வாழ்வை
கானல் வாழ்வாய் மாற்றிடுகிறார்களே...
வாழ்கையின் ஒரு பகுதி
என்றில்லை...
வாழ்கையின் மொத்த ஓட்டமுமே...
கண்ணிற்கு தெரியா கானல்
நீரை நோக்கிய பயணம் தானோ...
என்று ஒவ்வொரு நாளும்
நான் வடிக்கும் கண்ணீர் துளிகள் கூட
கானல் நீர் துளி தான்!

- இயற்கையின் காரிகை

நரக வேதனை

அழகென்னும் ஓவியமே பெண்
இறைவியே

இறையாய் மட்டும் காணாதே
ஆண் பிறவியே

உடல் உறவுக்கு மட்டும் இல்லையே
பெண் மேனியே

மேய்ந்த வரைப் போதுமே ஆண்
குறியே

மாதவிடாய் அவஸ்த்தையே
அளவில்லா வயிற்று வலி கொடுமையே

தசைப்பிடிப்பால் பித்து பிடித்துப் போகுமே

செல்லும்
திசையெல்லாம் எரிச்சல் தோன்றுமே

இரத்தம் வலியும் நாட்களே
நரக வேதனையில் துடிக்குமே பெண்
மலர்களே
இனி சேவகம் செய்யத் துவங்கு ஆண் மகனே

அன்பானவளின் நெற்றிப் பொட்டில் அமிர்தமாய்
முத்தமிடு

கோகிலவாணி பழனிசாமி

அரவணைக்கும் வரிகளால் ஆறுதல் கொடு

கூந்தல் முடிகளுக்கு விரல்களால்
கோதி சாந்தப்படுத்து

பட்டுப் பூவாய் மெத்தையில் உறங்க வைத்து கால்
வலிகளுக்கு கைகளால் சீராட்டு

நொடிகளுக்கு ஒரு முறை குழந்தையாய் தாலாட்டு

அவளின் தேவை என்னவென்று தெரிந்து நிலை
நாட்டு

மாதவிடாய் வலியில் இருந்து
பெண்மையை காப்பாற்று

பெண்ணின் ஆசை என்னவென்று அறிந்து ஓர்
ஆணாய் நிறைவேற்று

இருந்தும் இல்லாமல்
வாழும் வாழ்க்கையை தவிர்த்திடு !

யுவன் K. பாபு

வாழ்வின் கானலும்
கண்ணீரும்...

கண்ணில் கண்ட நட்புக்கள்
மழை நீராய்
ஒருமித்து மண்ணில் விழ
திடீரென யார் கண் பட்டதோ
கானல் நீராய் மாறி
காணாமல் போனதே....
எண்ணங்கள் எல்லாம் அவன் என
வாழ்ந்திட...
வண்ணத்துபூச்சியாய் சுதந்திர காற்றை
சுவாசித்தவளை...
திருமணம் என்ற பந்தத்தில்
அடைத்து...
கற்பனை வாழ்வை
கானல் வாழ்வாய் மாற்றிடுகிறார்களே...
வாழ்கையின் ஒரு பகுதி
என்றில்லை...
வாழ்கையின் மொத்த ஓட்டமே...
கண்ணிற்கு தெரியா கானல்
நீரை நோக்கிய பயணம் தானோ...
என்று ஒவ்வொரு நாளும்
நான் வடிக்கும் கண்ணீர் துளிகள் கூட
கானல் நீர் துளி தான்!

- இயற்கையின் காரிகை

கோகிலவாணி பழனிசாமி

மிடில்கிளாஸ் வாழ்க்கை

மாதத்தின் முதல் நாள்
வரவாகிவிட்ட சம்பள பணத்தினால்
இனிமையாய் கழியும்

அடுத்தடுத்த நாட்கள்
மருத்துவ செலவோ
மகனின் கல்வி கட்டணமோ
கணக்கு பார்த்து பார்த்து மனபாரத்துடனே கழியும்

மாதத்தின் இடைப்பட்ட நாட்கள்
மாதத்தின் இறுதி நாட்களோ
சேமிப்பின் மிச்சத்தையும், சொச்சத்தையும்
கரைத்து விடும்

ஏழையுமல்லாமல், கோடிகளில் புரளும்
கோடீஸ்வரனாயுமல்லாமல்
இடைப்பட்ட மிடில்கிளாஸ் வாழ்க்கை வாழும்
ஒவ்வொரு மனிதனுக்கும்

கனவென்பதோ லட்சியமென்பதோ
காணமல் போகும் கானல்
நீர் துளிகளே!

மீ.மதினாபேகம்

நினைவுகள் மட்டுமே நிஜம்

இருவரி கவிதையாக நாம் இருந்தோம்..
இன்று ஓர்வரி நீ இல்லாததால் பொருள்
அர்த்தமற்று போகிறேன்...
தொலைவில் எப்போதும் தெரிவாய் என்று தானே
நிலவே உன்னை ரசித்திடவே வந்தேன்...
இன்று ஏனோ நினைவுகள் மட்டுமே தந்து
சென்றாய்...
கட்டி அணைத்து முத்தம் தந்தவள் ஏனோ காதல்
சுவடுகள் மட்டுமே தேட வைக்கிறாள்....
அதிகாலையில் வரும் குறுஞ்செய்திகள் கூட
அந்தி வானம் பல சாய்ந்த பின்பும் இன்னும்
வரவில்லையே ஏனோ...
ஆயிரம் முறை வரும் அலைபேசியின்
அழைப்புகள் கூட...
பத்து இழக்க எங்கள் மாறி
இப்போது பல முறை தேடல் தந்தது ஏனோ...
நீ அழைத்த நேரம் எல்லாம் என் இதயம் தேடி தேடி
அலைகிறது...

கோகிலவாணி பழனிசாமி

உன் கைகோர்த்த இடமெல்லாம் உன் செல்ல பெயர்
சொல்லி அழைக்கிறேன்...
என் கண்ணீர் துளிகள் துடைத்திடவாது விரல்கள்
தந்திடுவாய்...
கண்ணீரை கானல் நீராகவே மாற்றிடுவாய்...
கனவிலாவது வந்து வாழ்ந்த நினைவுகளை
நிஜமாகவே
தந்திடுவாய்....
நித்திரையில் மீண்டும் அந்த நிலவாகவே
வாழ்ந்திடுவாயா கானலாகவே போவாயா!

கவிதையின் காதலன்
பாண்டி

நீயும் நானும் அன்பே

நீ நேசித்த போது தான்
நானும் நேசித்தேன்...
காதல் அங்கு சாகா வரம்
பெற்று கிடந்தது...

கூடலும் ஊடலும் சாதாரணம் தானே
காதலில்...
அதற்கு பிரிவு ஓர் முடிவா??
ஊடலில் உன் பிரிவு வாட்டிவிட...

நீ எங்கோ சென்றாய்
என்னை மறந்து...
என் நினைவை மறந்து...
நான் மட்டும் அங்கேயே...
உன்னையும்...
உன் நினைவுகளையும் சுமந்து...
எந்தன் கனா கானல் நீராகியது...

இப்படிக்கு...
உன் நினைவோடு மட்டும் வாழும் உன்னவள்!

சரண்யா தேவி குமரவேல்

கோகிலவாணி பழனிசாமி

ஆடிப் பெருக்கு..

ஆறுகள் மழை வெள்ளத்தால் பெருக
உழவர்களின் மனம் மகிழ்ச்சியால் மருக
மங்கைகள் மங்கல முழக்கமிட
அவர்தன் பொற்கரம் பூவணக்கமிட
விளக்கேற்றி விழாவாய் வரவேற்கும் காலம்
எங்குசென்றது...
சகல மரியாதைகளையும் மகிழ ஏற்று
மிடுக்காய் ஆர்பரிக்கும் ஆற்றைக் கண்ட காலம்
எங்குசென்றது...
வரண்ட கால்வாயைக் காணும்போது கனவாய்
கசிந்தது
இக்கவிதை கானல் நீராய்!

-இ.பு.சாருலதா

மனம் ஏற்க மறுத்த கதை..

மார்கழி பனி தூவி மான் விழி திறந்து அவன் மதி பார்த்த
நொடி அது..
கனவுகள் நெஞ்சில் தவழ கைகளின் வியர்வை ஊற்றெடுக்க..
கடக்க ஏங்கும் எந்தன் மனம்..
அவனின் அந்த ஸ்பரிசம் என் மீது உலாவி மனதை ஆட்கொண்டது...
காலை வந்த கதிரவனோ! வீடு திரும்பிவிட்டான்..
ஆனால்!
அவன் பார்வையின் ஈர்ப்பு விசை குறையவில்லை இன்னும்..
காதல் நிறைந்த இதயத்துடன் கல்லூரி சென்றேன்...
சென்ற நாழிகை முதல் அவனை தான் தேடுகிறது எந்தன்
கண்கள்...
நான் அவனின் ஸ்பரிசத்தை சிறை எடுத்தேன்...
அவனோ..
என் மனதை சிறையெடுத்து..எவளோ ஒருவள் மீது மையம் கொண்டான்..
அதை அறிந்த எந்தன் இதயமோ' சிறிது நாழிகை செயலிழப்பு செய்தகே..

கோகிலவாணி பழனிசாமி

இமைகளோ வண்ணத்துப்பூச்சி சிறகுகளை ஒட்டி
கொண்டது போல துடிக்கிறது...
நேரம் நகரவில்லை..
நெஞ்சில் பாரம் கூடியது..
காலம் ஓடவில்லை இருப்பினும்...
கண்களில் ஓடம் மிதக்கலாம்...
அப்போதே உயிர் திறப்பது போல் ஒர் உணர்வு..
நான் நானாக இல்லை..
இதை நான் நினைக்கும் போதெல்லா**ம் ஏனோ**
மனம் ஏற்க
மறுக்குதே!

அர்ச்சனா சாமிநாதன்

கள்ளுரப்பார்க்கும் பார்வை !

இக்கரைக்கு அக்கரை பச்சை என்பது போல அவள்
அக்கறையில் ஒரு
துளி கறையில்லை!
அவளிடம் யாரும் இதுவரை களிமண்ணளவு கூட
கரிசனம் காட்டியதுமில்லை !
இவனைப் போல் காட்டுத்தீயாய் காதலை யாரும்
கொட்டித்தீர்ததுமில்லை !

திகட்டாத பேரின்பத்தில்
திக்குமுக்காடத்தான் வைத்தாள்!
திகட்டாத திண்பன்டத்தில்
திட்டுத்திட்டாய் தீட்டித்தெளித்த ஓவியமாய் தின்னம்
அவள் கன்னக்குழியில்
காதல் கவிதையெல்லாம் பேசுகிறாள்!

பிரார்த்திக்க வரும் சாக்கில் தினந்தோறும்
ஏதேதோ எண்ணங்களை
என்னுள் அடிக்கடி விளைவித்து
கருவறை தெய்வத்திடம்
கண்ணிமைக்காமல் முணுமுணுக்கிறாள்!

அந்த முணுமுணுப்பு கூட என்னை மூச்சிறைக்க
வைக்கிறது !
"முந்தானை மூடும் இராணி"
தென்றல் வந்து தீண்டியது போல் என்னை திரும்பி
திரும்பி
பார்க்கிறாள்!
இதற்கெல்லாம் அர்த்தம்
இரண்டாகத்தான் இருக்கவேண்டும் !
அதில் நான் ஒன்றாகத்தான் இருக்கக்கூடும்!

கோகிலவாணி பழனிசாமி

ஒன்று அவளுக்கு நான் அதிகம்
வேண்டப்பட்டவனாக
இருக்கவேண்டும்!
இல்லை வேண்டா விருந்தாளியாக என்னை அவள்
நெஞ்சில் சுமக்க வேண்டும்!

கீறல் விழுந்த என் இதயத்தை
பழுது பார்க்கும் சக்தி
இயற்கையிலேயே அவள் கண்களுக்கு இறைவன்
படைத்துவிட்டான்!
இதை அவளுக்கு புரியவைக்கவே இருபது
ஆண்டுகள்
கழிந்துவிடும் போன்று!

சிறுக சிறுக சேமித்த
நினைவுகள் அவளை மட்டும் நினைக்க மறுக்காமல்
நினைத்து
நினைத்து பார்க்கிறது !
நித்தமும் நித்திரையை இழக்கிறது!

ஏனென்று தெரியவில்லை
அளாவளாவும் அவனின் அன்பும்
அவ்வளவாக அலட்டிக்கொள்ளாத
அவளின் அன்பும்
அளவறியாமல் அலைமோதுகிறது
இடைவெளியில்லாத
அவர்களது காதல் !

பா.கவுகிகா (பார்கவி)

கானல் காதல்

கானலா ஆனது என் காதலா..
இமைகளில் எப்போதும் விடியல் மலராக நிஜமாக
மலர்பவள்...
இப்போதெல்லாம் இயத்தில் நிழலாக நினைவுகளாக
மட்டுமே மலர்கிறாள் ஏனோ...
அன்று கைகோர்த்து காதல் தேவதையாக என்னோடு
நேரம் காலம் இல்லாமல் வந்தவள்...
இன்று கண்ணில் மட்டுமே வலம் வருகிறாள் விடியும்
வரை மட்டுமே நேரம் தந்து...
கனவில் தேடல் தேவதையாக வலம் வந்தது ஏனோ...
கானல் நீரோ கவிதை வரியில் மட்டுமே இப்போது
கண்ணீர் கடலில் வர மறுத்தது
ஏனோ என்னை காயப்படுத்த தானோ!

கவிதையின் காதலன்
பாண்டி

கோகிலவாணி பழனிசாமி

குப்பை தொட்டி தாய்

அனாதையாய் பிறந்தவளின் அகழாத ஆசைகள்...
குப்பை தொட்டி தத்தெடுத்த பிள்ளை இவள்...
என் தாயின் மறுபிறவி (என் பிறந்தநாள்)அறிய
வேண்டும்...
என் பிறப்பின் உருவம்(தாய் தந்தை) காண
வேண்டும்...

தாய் முகம் காண வேண்டும்...
தந்தை தோளில் அமர்ந்து உலகம் சுற்ற வேண்டும்...
தந்தை பெயர் என் பெயரோடு எழுத வேண்டும்...
தாயின் தாலாட்டில் உறங்கும் தருணம் வேண்டும்...

என் முதல் சொல் ஒலிப்பதிவு செய்ய அவர்கள்
செவிகள்
வேண்டும்...
என் வாழ்வின் முதல் அடி அவர்கள் விரல் நுனியில்
தொடங்க வேண்டும்...
கதை கேட்டு நெஞ்சில் உறங்க வேண்டும்...
நிலா சோறு வேண்டும்...

நித்தம் என்னை முத்தாட வேண்டும்...
அடம் பிடித்து அவர்கள் ஆசையை நான்
நிறைவேற்ற
வேண்டும்...
என் செல்ல அதட்டல்களுக்கு அவர்கள் அடிமையாக
வேண்டும்...
தவறுகளை சரி செய்ய அவர்கள் வேண்டும்...

தலை கோத
கதை கேட்டு உறங்க வேண்டும்...
பிறப்பில் என்னை வெறுத்த அவர்களை என் இறப்பு
வரை
நான் நேசிக்க வேண்டும்...
மற்றவர்கள் பொறாமை கொள்ளும் அவர்களின்
பேரன்பு
எனக்கு வேண்டும்...

நான் கண்டு பொறாமை கொண்ட மற்றவர்களின்
உலகம்
போல் எனக்கு ஒரு உலகம் வேண்டும்...
சில கேள்விகளும் கேட்க வேண்டும்...
ஏன் என்னை குப்பை தொட்டிக்கு தத்து
கொடுத்தாய்...
ஏன் என் பிறப்பிலே என் சந்தோஷத்தை
சாகடித்தாய்...

நான் உன்னை வேண்டும் வேண்டும் என்று தேட நீ
என்னை
வேண்டாம் என தூக்கி எறிந்தது ஏனோ...
காகிதத்தில் கிறுக்கியதை
கசக்கி உன்னிடமே தருகிறேன்..
நீயே வாசித்து விடை கூறு என் குப்பை தொட்டி
தாயே!

-மனோபுவி

கோகிலவாணி பழனிசாமி

முயற்சி

உன் முயற்சி கானல்நீராக இன்று தெரியலாம்
அதன் வெற்றி கனவிலும் காண அளவிற்கு இருக்கும்
முயற்சி வெற்றியாக மாறும்;பயம் கானல் நீராக
மாறும்
நாட்கள் உன் வருகைக்காகக் காத்திருக்கின்றன
உன் பயம் என்னும் களைகள் நீக்கு
முயற்சி என்னும் முக்கிய பயிர் வேரூன்றும்
முயற்சி என்னும் வேர்,என்றும் தெரியாது
கனிகள் என்னும் வெற்றிக்கு,அளவுகள் கிடையாது
களைகளை அழிக்க அடுத்த
விதையாகிய நம்பிக்கையும் தயார்!

மு.உமல் ஹபிபா

நினைவுகளின் நினைவுகள்

தனிமை கொண்டே தவிக்கிறேன் அன்பே,
இனிமை கொண்ட இசையினை காணா,
வரிகளின் வலியிலே வாழ்கிறேன் அன்பே,
எரிகின்ற வழிகளில் மறைந்தவள் காணா.

காதலில் கரைந்து உடைந்து போனேன்,
நீ என்ற தீயினில் எரிந்து போனேன்,
உன் இதழ் முத்தம் சரிந்து போனேன்,
விரல் தொடும் நேரம் வியந்து போனேன்,
காலங்கள் நகர உறைந்து போனேன்,
பாதைகள் நீண்டிட ஏங்கி போனேன்.

என் விரல் இடுக்கினில் உன் விரல் புதைய,
என்கவி வரிகளில் உன் பெயர் எழுத,
புருவ மத்தியில் என் இதழ் திலகம்!
வைத்தேன் அன்றே என்னவள் என்றே.

மண்ணாலான வெண்புரவியோ -ஆற்றின் நடுவே
நிற்கிறது,
கரைவதை காணா - மனமோ, துணை வருமென
ஏங்கியது.
யாருமில்லா சாலையில், நிழலுடனான பயணத்தில்,
எண்ணங்களுடன் வழிநெடுக, கண்ணீர் சிந்திய
கண்கள்!

-கோகுலகண்ணன்

கோகிலவாணி பழனிசாமி

அவளும் ஆசைகளும்

அடி மனதில்
ஆயிரம் ஆயிரம்
ஆசைகளோடும் கனவுகளோடும்
அடியெடுத்து வைத்தாள் அவள்

புகுந்த வீட்டில்
புது புது உறவுகளை
புரிந்துகொள்ள போராடினால் அவள்

அதிகாலை எழுந்து
அடுப்படியில்
ஐக்கியாமானால் அவள்

கட்டியவன் கை பிடித்து
கடை வீதி போக நினைத்தால் அவள்

வேலைக்கு செல்லும் கணவனுக்கு
வேண்டியதை செய்தால் அவள்

மதிய உணவு வேளையில்
தான் சமைத்ததை
அவன் சாப்பிடும் நேரத்தில்
நான் சாப்பிட்டேனா என்று அவன் கேட்க அழைப்பு
வர
காத்திருந்தால் அவள்

வேலை முடிந்து மாலை வீடு திரும்பும் கணவன்
மல்லிகைப்பூ
வாங்கிவர ஏக்கம் கொண்டாள் அவள்

கருவறையில் ஓர் உயிரை சுமக்க
கனவு காண்பவள் அவள்

பாத்துமாதம் பத்திரமாக
கருவறையில் பாதுகாத்தவள் அவள்

தன் வலிகளை தாங்கி
குழந்தையை வளர்த்தவள் அவள்

பெற்ற பிள்ளைக்காக
எதையும் செய்ய துணிந்தவள் அவள்

காதல் கல்யாணம் ஆனாலும்
கலங்கிய கண்களோடு
கணவனிடம் மன்றாடுபவள் அவள்

தள்ளாடும் வயதானாலும்
தானக்காக வாழாதவள் அவள்

எனக்கு என்று வாய்விட்டு கேட்காதவள்
அவள்

ஒழித்து வைக்கும்
காசும் சரி
சேர்த்து வைக்கும்
நகையானாலும்
அவள் வாங்கும் கடனானாலும்
எதுவுமே அவளுக்காக
இருந்தது இல்லை

ஆசைகளை நிறைவேற்ற
உறவுகள் உடன் இருந்தும்
வாய்விட்டு சொல்லா ஊமையானவள்

அவளது ஆசைகளும் கனவுகளும்
தாகம் தீர்க்காத தூரத்தில் தெரியும்
கானல் நீர் போல என்றும் அவள் மனதில் இருக்கும்!

மு. வள்ளி முத்துமலை

எங்கே தொலைந்தனவோ!

சிறகிழந்த பறவையாய் தொழிலெனும் கூட்டுக்குள்
சிறைப்பட்டுக் கிடக்கிறேன்

கண்முன்னே கடந்து செல்லும் ஏதோ ஒன்று கடந்த
காலத்திற்கு என்னை
இழுத்துச் செல்கிறது

ஆம்! மீண்டும் கைவரப்பெறாத மழலை மணம்
வீசும்
பள்ளிப்பருவம் அது

அன்னையின் கூக்குரலில் சோம்பல் முறித்து "இன்று
பள்ளிக்கூடம் போக வேண்டுமா"
என்ற அலுப்போடு எழுந்த நாட்கள் எங்கே

புத்தக மூட்டையை முதுகு கனக்க மாட்டிக் கொண்டு
முதல் மணியடிக்கும் முன்னே

வாயிலைக் கடக்க வேண்டும் என்று ஓடிய நாட்கள்
எங்கே

கணிதமும், விஞ்ஞானமும் கைவராத பாடங்களாக
முதல் நாளின் வீட்டு வேலைகளை
வியர்க்க விறுவிறுக்க நண்பர்களின் பயிற்சிகளை
பார்த்தெழுதிய நாட்கள் எங்கே

கோகிலவாணி பழனிசாமி

பரீட்சைகளென வந்துவிட்டால் பதற்றத்தோடு
படித்து
ஆங்காங்கே சைகைகளால் நட்புகளோடு
வினாதொடுத்து விடையறிந்து எழுதிய நாட்கள்
எங்கே

இடைவேளைப் பொழுதென்றால் பற்பல
பண்டங்களை
ஒன்றாக பகிர்ந்து ஒரே பொதியில் பல
கைகள் சேர உண்டு மகிழ்ந்த நாட்கள் எங்கே

நட்புகளின் காதலுக்கு விதவிதமாய் கவிதையெழுதி
கடிதமெழுதி கொடுத்திட்ட நாட்கள் எங்கே

அடைமழைப் பொழுதுகளில் ஆசிரியரில்லா
வேளைகளில் மேசைகளில் தாளமிட்டு

பாடல்களை அரங்கேற்றி அதிபர் அறை வரை
சென்று
அடிவாங்கிய நாட்கள் எங்கே

மாங்காய்களைத் திருடி நீ பாதி நான் பாதியென
காக்காய் கடி கடித்துத் தின்ற
நாட்கள் தான் எங்கே

விடுமுறை நாட்கள் வந்தால் எப்போது பள்ளி
ஆரம்பிக்குமென்று ஏக்கத்தோடு
காத்திருந்த நாட்கள் எங்கே

வகுப்பறை வரும் ஆசிரியர்க்கெல்லாம் வகை
வகையாய் பெயர் சூட்டி சூட்சுமமாய்
அழைத்து மகிழ்ந்த நாட்கள் எங்கே

வருடங்கள் கடந்தாலும் பசுமையாய் பல
நினைவுகளையும் பல காதல்களையும்
சுமந்தபடி இன்னும் நின்றுகொண்டுதான்
இருக்கின்றன
வகுப்பறைகள்

நிஜமெல்லாம் நினைவாக நிழலாக மீண்டும்
கைவரப்பெறாத வசந்தகாலம் பள்ளிக்காலம்!

கை.பிரியா

கோகிலவாணி பழனிசாமி

அநாதையின் குரல்

பிள்ளையாக பிரசவித்த நாள் அன்றே
பிழையொன்று நேர்ந்ததேனோ என் முகம் பார்க்கும்
முன்னே உன் முகம் மறைத்துவிட்டதே ஒரு முறை
என்னை கட்டி அணைத்து முத்தமிட்டிருக்கலாம் உன்
ஈர முத்தத்தில் நான் நணைந்திருப்பேன் சேய் அழுது
தாய் சிரிக்கும் நாள் அன்று நான் அழுது
புன்னகைக்க நீ இல்லையே அம்மா என்று குரல்
ஒலிக்கும் திசையிலே நீ இருக்க மாட்டாயா என்
ஏக்கங்களை ஒரு முறை வந்து தீர்த்து விட மாட்டாயா
தாய்மை உணரும் பெண்களிடம் உன் தாய்
அன்பையே தேடுகிறேன் ஒரு நாள் கிடைத்துவிடும்
என்று உன் நினைவில் வாழும் அநாதை!

- பூ.நிவாஸ்

கண்ணாழூச்சியின் கைவண்ணம்...

வாழ்க்கையில் பல கனவுகளை கடந்து வருகிறோம்...
எத்தனை கனவுகள்
ஏராளமாய் நெஞ்சில் சுமக்கிறோம்
அத்தனை கனவுகளும்
கண்ணாழூச்சியாய் போகுதே....
பள்ளிப்பருவ முதல் கல்லூரி வரையிலும் பல
பல கனவுகளையும் ஆசைகளையும் நெஞ்சில்
புதைத்து கொண்டு வாழ்வை கடக்கிறோம்...
சில கனவுகளை பெற்றோருக்காகவும் பல
ஆசைகளை
சகோதர சகோதரிக்காகவும் மறைத்து
கொண்டு வாழ்கிறோம்...
பெற்றோருக்காகவும் உடன் பிறந்தோருக்காகவும்
மனதுக்கு பிடித்த வேலையை மறந்து
மாத சம்பளத்திற்காய்
பிடிக்காத வேலை செய்வோர் ஏராளம்...
மனதில் குறிக்கோளோடு வாழ்ந்தும் இங்கு பலர்
தங்களின் குறிக்கோளை மறந்து வாழ்பவரே
அதிகம்...
கடந்து வந்த பாதையை திரும்பி பார்க்கையில்

கோகிலவாணி பழனிசாமி

அங்கே கண்ணீரும் விதியின் கண்ணாமூச்சி
ஆட்டமே
அதிகம்....
பல ஏமாற்றங்கள் வந்தாலும்
ஏமாற்றத்தை மாற்றமாய் மாற்றி வாழ்வில்
சிறு ஒளியாய்
நம்பிக்கை என்னும் மெழுகுவர்த்தியை நெஞ்சில்
ஏந்தி பல
கானல் நீர்துளிகளை தாண்டி வாழ்வில்
முன்னேறுவோம்!

இவள் உங்கள் வினோதினி
அடைக்கலசாமி
(கவிசிதறல்)

முதிர்கன்னி

ஆசைகள் பல கொண்டு....
நித்தம் நித்தம் ஏங்கிடுகிறேன்....

வாழ்வின் யதார்த்தங்களோடு.....

அவன் அரும்பு மீசை தொட்டு முத்தமிட்டவள்....

குறும்பு தனம் மாறா புன்னகை பூவாய் பூத்தேன்
நானே.....

வருடங்கள் எனை சூல..
முதிர்கன்னி பெயரே எனதாய்....!!!!!!
குறுதிப்போக்கும் சந்தோஷம் தந்த தருணங்கள்.....

இன்றோ....
வற்றாத வடமாக்கியதே...
ஆசைகள் துரத்த... பந்தங்கள் விரட்ட....

கோகிலவாணி பழனிசாமி

அவனது முரட்டு விரல்களுக்குள் தஞ்சம் புகுந்தேன்....

தெய்வங்கள் எல்லாம் மறந்ததோ....
மரத்தொட்டில் கட்டிகிட்டு மரத்தடியில
தொங்கவிட்ட..

மடிமீது தவழ்ந்திட எனக்கொரு வரம்
கிடைத்திடாதோ...

காணல் நீர்த்துதுளிகளாய் துளிர்விட்டு மறைகிறதே!

-நிதர்சண கவிஞன்
ரஹ்மான்

கானலாய் காதல்...

எதிர் பார்க்கவே இல்லை
அன்றைய நாள் யாதர்த்தமாய்
உன்னை சந்தித்தேன்
என் உடல் அணுக்களோடு
ஏதோ ஒரு மாற்றம்
கனவுகளில்

மனதோரம் மெல்லிய தென்றல் உரச
விழியோரம் ஈர்ப்பு சாரல் நனைத்தது
நினைவுகளில்

வெகுநாள் பழகிவிட்டதாக ஓர் எண்ணம்
ஏதேதோ பேச துடித்தது என் இதயம்
என்னோடு

முறையான காரணதிற்காய் கைக்குலுக்கி
கொள்ள ஓர் சந்தர்ப்பம் கிடைத்து விட தந்து
விட்டேன் என் இதயத்தை
உன்னோடு

அதெல்லாம் ஒன்றும் இல்லை பருவ மாற்றத்தின்
பிரதிபலிப்பு என சமாளித்து கொண்டாலும்
என்னை பற்றி படித்து பார் என உன் பார்வை தந்த
நாவலை திறந்து பார்க்க ஆவல்
கொண்டது என் மனம்

கோகிலவாணி பழனிசாமி

அலையாடியே
படித்தேன் உணர்ந்தேன் ரசித்தேன் அதில்
புதிய பக்கங்களாக
இணைய நினைத்தேன்
வரிதேடியே

ஆனால் பிறகுதான் அறிந்தேன் அந்த நாவல்
உன் அனுமதியின்றி எனக்கு கிடைத்த களவாடிய
கன்னி கவிதை என
கண்களோடு

இருந்தாலும் கபடங்கள்
அற்ற காதல் உதித்து
விட்டது உன்னிடத்தில்
நெஞ்சத்தோடு

அஸ்தமனம் அறியாத அதிகாலை பனி பூ போல
காதல்
துளிர் விட துண்டாகி போனேன்
உனக்குள் முன்னறிவிப்பின்றி
உயிரோடு உணர்வுகளாய்

என் காதல் நீ அறிந்த ரகசியம் என எனக்கு தெரியும்
உன் புன்னகை சேர்த்து தந்த
கவிதையில்

உன் காதல் எனக்காக எப்போது கிடைக்கும் என்ற
செய்திதான் நான் அறியாதது
நீ பெற மறுத்த இந்த
இளமையில்

உன் காதலுக்காக காத்திருக்கிறேன்
என் காதல் கானல் நீராகி போகும் போதும்

கள்ளிச்செடி ஈரமாய் உன் காதலை அடைய
பெற்றால்
மனதில் பொன் மழைச்சாரல் தூறல் தூவும்!

சாமிவேல் கிருஷாந்தி,
காதலுடன்...

கோகிலவாணி பழனிசாமி

கல்லூரி கனவு

பள்ளிக்கூடம் முடிந்து என்னுள் சில ஆசைகள்
நிறைந்து
கல்லூரியின் வாசலை முத்தமிட்டு
தெரியாத ஒருவனை கட்டியணைத்து நண்பனாக
ஆகி
ஆண் பெண் என்பதை மறந்தோம்
புதிதாய் பிறந்தோம்
ஆடல் பாடல்
கலாட்டா அரட்டை யாவும் இருந்து மகிழ்வோடு
சிரித்தோம்
சந்தோசம் நிலைக்காத என் வாழ்வில் மீண்டும் ஒரு
வேதனையாக
இடி (கொரோனா)வந்தது
நான் சேகரித்த நினைவுகள் கண்ணீராக தினமும்
விட்டுக்குள் என்னை முழ்க செய்தது
மேகமாய் கல்லூரியின் வாழ்க்கை நான் அருகே
செல்லும் வேளையில் கலைந்து போனது!

அனிஷ். வீ

நினைவுகளின் நிழலில்

மெழுகின் மீது விழுந்த பனித்துளியாய் சில
நினைவுகள் நித்தம் நித்தம் தவழ்கின்றன
மெழுகினை விட்டு விலகியும் இல்லாமல்,
மெழுகோடு இணைந்தும் இல்லாமல்.

நீ மெழுகின் மீது விழுந்த நீர்த்துளி என்றெண்ணி
தேடுகிறேன்...
பாலைவனத்தில் தொலைந்த மழைத்துளி என்பதை
மனம் அறியாமல்.

நீ என் வாழ்வில் வந்தது நிழல் என்று நிஜம் சொல்ல,
நிஜம் என்று நினைவு சொல்ல,
நிழலுக்கும் நிஜத்திற்கும் இடையில் நிஜமான
நிழலாகவும்,
நிழலான நிஜமாகவும் வாழ்கிறேன்!

-ம.பிரியா மணி

கோகிலவாணி பழனிசாமி

எண்ணங்களோடு என் எழுதுகோள்

கவிதைக்குள் புதைந்திருக்கும் ஆயிரம் ஆயிரம்
கனவுகள்...
சொல்ல தெரியவில்லை அதனால்
எழுத எண்ணுகிறேன்...
இந்த வாழ்க்கையில் எத்தனையோ
ஆசைகள் இருந்தாலும் அவை அனைத்தும்
தொடக்கத்திலேயே முற்று புள்ளியாய்
பிறப்பெடுத்து விடுகிறது....
நான் என்ன செய்வேன்.....
நிஜத்தை ஏற்க மனம் இல்லை
ஆசையை விட்டு விட மனதில் தைரியமும் இல்லை...
நினைவுகளாக சில நேரம்..
அகன்று சென்ற கனவாக பல நேரங்களில் என்னை
ஒரு ஆயுதமாக குத்தி கிழிக்கின்றது
என் இதயத்தை...
என் நிறைவேறாத எண்ணங்கள்...
என்றும் ஒரு சுமையாக
என் கண்ணீராக
என் தவிப்பாக
என் தாகமாக
என்னுடனே தொடரும்..
என் கல்லறை வரை!

-மா.சத்தியபிரியா

அவள் வரும் நேரம்..

அது ஒரு அந்தி மாலைப்பொழுது, பறவைகள்
கூடுகள்
நோக்கி பறந்தன
அழகான சூரியனும் மேகப்போர்வைக்குள் மறைந்து
கொண்டிருந்தது
வான மேகங்கள் கூட ஒன்றுகூடி அறிவித்தது அவள்
வருகையை
வானவில் போன்ற வண்ணப்பூக்கள் வீசின நல்
மணத்தை
கடிகார முள் கூட நேரத்தை மறந்து திக்கி நின்றதே
கண்கள் அவள் பேரழகை கண்டு செயல் மறந்ததே
மந்திரம் இல்லாமல் என்னை மயக்கிய மாயாவி
அவள்
மனதை பறித்து என்னை அடிமையாக்கிவிட்டால
அவள்
மான் போல துள்ளி குதிக்க வைப்பவளும் அவளே
மாசற்ற நெஞ்சம் கொண்ட பெண்ணும் அவளே
அழகிற்கு இலக்கணம் அவள் என நினைத்தேன்
அன்பிற்கும் இலக்கணம் அவள் தான் என பின்பு
உணர்ந்தேன்

கோகிலவாணி பழனிசாமி

சொர்க்க லோக தேவதைகள் வந்தாலும் இவளுக்கு
ஒப்பில்லை
சொன்ன சொல் தவறாமல் நடக்கும் இவளுக்கு
தோல்வியே இல்லை
அவளது முகத்தை ஒருமுறை கண்டதற்கே
அண்டத்திலேயே நான்தான் இன்பமானவன் போல்
உணர்ந்தேனே
இன்றும் அதன் ஞாபகம் என்னை உறையச்
செய்யுமே
இனிமையான நினைவுகள் என் மனதில் மலருமே
என் எல்லா வேலைகளையும் வைத்துவிடுவேன் ஓரம்
ஏனென்றால் அது அவள் வரும் நேரம்!

- நிஷா நந்தினி ச

கோணிப் பையில் சில ஆசைகள்...

உள்ளத்தில் நிறைந்த ஆசைகள் சிறையில் அடைந்து
தவிக்கிறது...

தென்றல் தீண்டும் நேரம் கூட தேகம் நனைகிறது
ஆசையில்...

இதழ் விரியும் நேரம் இதயம் சுமக்கிறது
நிராகரிக்கப்பட்ட ஆசைகளை...

புல்லாங்குழல் வாசித்தால் புல்லுக்கு பசி தீருமா..?
என் ஆசைகள் சொல்லித் தீருமா..?

மயில் இறகு போல் உதிர்ந்தாலும் என் ஆசைகள்
அழகானவை...
கூண்டில் அடைக்கப்பட்ட என் ஆசைகளால்
கூழாங்கல்லாய் போனது என் மனம்...

இருட்டில் அடைக்கப்பட்டவை சில...
நிராகரிக்கப்பட்டவை பல...

கனவுகள் கலையாத கானகமாய் மாறி காந்தமாய்
ஒட்டிக் கொண்டது...

கோகிலவாணி பழனிசாமி

~சகா

வளையலுக்குள் சிக்கி கொண்ட என் கரத்தின்
உள்ளங்கை ரேகை சொல்கிறது "உன்
ஆசைகளின் கூட்டங்களுக்கு ஒரு குடும்ப அட்டை
போடலாமென்று"...

என் ஆசைகளால் யார் மனமும் கோணிப் போகிறக்
கூடாது என்பதற்காக கோணங்கள் மாற்றி
கோணிப் பையில் அடைத்தேன்...

ஈரம் காத்த மனமல்லவா நான் அதனாலோ
என்னவோ முளைகட்டி கொண்டது ஆசைகள்...

முளைத்துவிட முட்டித் துடிக்கிறது!

~சகா

இருந்தும் இல்லையாய்ப் போன நீங்கா நினைவுகள்

நினைவுகள் அழகானவை அற்புதமானவை .

ஆழ்ந்து மகிழச் செய்யும் அதிசயங்களைக்
கொண்டது.

ஆழப்புதைந்து ஆறாத வடுவாய் வலிகளையும் தரக்
கூடியது.

குழந்தைப் பருவத்தில் சொந்தமாக்கிக் கனவு கண்ட
எத்தனையோ பொருள்கள்.

இன்று பலவும் அழிந்தே போய்விட்டன.
அதை வாங்கித் தர அப்பாவும் இல்லை.

நம் பிள்ளைகளுக்கு வாங்கித் தரலாம்
ஆனாலும் அது நமக்குக் கனவே தான்.

பள்ளிப் பருவத்தின் எதிர்காலத்தைக்
குறித்த கனவுகள் ,திண்பண்டங்கள்

பள்ளிக்கூடம் கொஞ்சம் மெருகேறியும்
அப்படியே தான் இருக்கின்றது ,ஆனால்

அன்பு வழியும் நட்புகளும்,ஆசான்களின்
கண்டிப்பும் ,கனவுகளும் கனவே தான்.

வாலிபத்தின் ஓட்டங்களில் கடந்தவை
கணக்கில் அடங்காது தான். அங்கும்

கோகிலவாணி பழனிசாமி

கனவுகளுக்குப் பஞ்சமில்லை ,காதல்
வராது வாலிபமும் கடப்பதில்லை.

கைகூடா காதலும் ,கனவை நனவாக்க
இயலா ஊதியமும் , விதியின் வழியே

வாழ்க்கை அமைகையில் எல்லாம்
இருக்கும் கையிலே இருக்காது.

ஓடிஓடி ஓயும் போது ,இருக்கும் இடத்தில்
சுமையென வாழ்வும் மாறிடும்.மனதில்

சுமந்த துணையோடும்,தளர்ந்த விரலை
பிடித்த துணையோடும் ,பிள்ளைகள்

இருந்தும் இல்லாமற் போகையில் இறுதி
இடமாய் முதியோர் இல்லம் வரவேற்கும்.

இப்படியும் எல்லாம் மாயையாய் ,உடன்
இருந்தும் இல்லாமற் போகும் கனவுகள்.

சாதாரண வாழ்விலும் இப்படியெல்லாம்
இருந்தும் இல்லாதது உண்டென்றால்,

விவாகரத்தால் அனாதை இல்லங்களில்
பெற்றோர் பெயர் தெரியாத மழலைகள்,

அவசரத்தால் குப்பையில் வீசப்படும்
பச்சிளம் குழந்தைகள்,குழந்தைகள்

இருந்தும் அடுத்த வேளை சோற்றுக்கு
யாசிக்கும் முதியவர்கள், நிச்சயம்

இன்னொருவருக்காக இருந்தும் அந்தக்
கனவுகளையும் நினைவுகளையும்

இல்லாமல் ஆக்கிக் கொள்ள பழகிக்
கொள்கிறது இந்த சமுதாயம்.

இருந்த பொழுதுகளின் இன்பத்தை
ரசித்து மகிழச் சொல்கிறது மனம்.

இருந்தும் நிச்சயமாய் இல்லை என்கிற
போது மனதால் தாங்க முடிவதில்லை.

இதுவும் கடந்து போகும் என்பார்கள்.
நிச்சயமாய்க் கடப்பதே இல்லை இந்த

இருந்தும் இல்லையாய்ப் போன நீங்கா
நினைவுகள்!

-ஹிதாயத்.

கோகிலவாணி பழனிசாமி

தனிமையின் கொடுமை

அவள் இன்றி என் கண்ணீர் துளிகள் கானல்
ஆனதோ
என் காயங்களில்
பல துளி காணாமல் போனதோ
இருளில் இருக்கும் என்
இதயம் மட்டும்
அழுதுக்கொண்டே இருக்கிறது

வெளியில் சிரிப்பும்
மனதின் உள்ளே அழகையும் வைத்து கொண்டு
வாழ்ந்து செல்கிறேன் ஒவ்வொரு நாளும்...
அவள் நினைவுகளில்
அவள் எவ்வளவு என்னை காயப்படுத்தி சென்றாலும்
என் கண்கள் மட்டும் ஒரு போதும் கலங்காது..

அவள் விட்டு சென்ற காயங்களும் ஆறாது...
என் இதயம் மட்டும் ஏனோ துடிக்கிறது
அவளை பற்றியே நினைக்கிறது
கனவில் தினம் தினம் தொல்லைத்தருகிறாள்
கண் விழித்து பார்த்தால் கானல் நீராய்
கலைந்து செல்கிறாள்..

காதல் இன்றி தவிப்பவன் நான்
அந்த காதலை தூக்கி எறிந்தவள் நீ
வாய் விட்டு கதறவும் முடியவில்லை
கண்களை கொண்டு அழுகவும் முடியவில்லை
இந்த காதல் தந்த வலி
ஏனோ கானல் நீராய்
எனை விட்டு கலைந்து செல்ல மறுக்கிறது
உறங்க செல்கிறேன் கனவில் அவள் முகம் விழிக்க
நினைக்கிறேன்
விழித்தவுடன் என் மனதில் அவள் நினைவுகள்...
உறங்கவும் முடியவில்லை விழிக்கவும்
முடியவில்லை
உயிர் இருந்தும்
உயிர் இல்லா ஜடமாக அலைகிறேன்

நான் உணவு அருந்தும்
போது கூட சண்டாளி எனை கொள்கிறாள்
சாப்பிட விடாமல் இலையில்..
அவள் முகம்
தொட நினைத்தேன் கானலாய்
கலைந்து சென்றால்

கோகிலவாணி பழனிசாமி

நீரில் அவள் முகம்
குடிக்க நினைத்தேன்
கானல் நீராய் கலைந்தால்
நான் எந்த திசை சென்றாலும் அவள் முகம் மட்டுமே
வருகிறது நிமிர்ந்து பார்த்தால்
மாயக்காரி மாயமாக மறைந்து செல்கிறாள்
நான் என்ன செய்ய

இருக்க வா இல்லை இறக்க வா
விடை இன்றி தவிக்கிறேன்
நானும் அவளை காணமல் துடிக்கிறேன்
கண்மணியே உன் கை பிடிக்க என் காலம்
முழுவதும்
காத்திருக்கிறேன்
மீண்டும் நீ வருவாயா
உன் அன்பை எனக்கு தருவாயா!

அன்பு மட்டும் அருண்

ஏக்கம்

"ஆயிரம் ஆயிரம் தடைகள் வருகின்ற போது!
ஆனந்த புன்னகையுடன் முயற்சி செய்து போராடி
வெற்றி பெற ஆசை...

அந்தி பொழுதில் மறைகின்ற சூரியனை
நிறுத்தி வைக்க ஆசை...

இரவில் வரும் நிலவினை
இதயத்தோடு இதயம் சேர்க்க ஆசை...

கோபுரம் போன்று
கோதை மனம் மாராமல் அன்புடன்
வானுயர ஆசை...

வறுமை நிலையும்
சாதி கொடுமையும் ஒழிந்து

சம உரிமையில் எல்லோரும் உரிமை பெற்று
வாழவே
ஆசை...

காலத்தின் பின்னாடி ஓடாமல்
காலத்தை நாம் பின்பற்றி வாழ்ந்திடவே ஆசை...

ஊழல் அற்ற அகிலம் காண ஆசை..

கோகிலவாணி பழனிசாமி

ஊக்கம் கொடுத்து ஊக்குவிக்கும்
நல்லவர்களை காண ஆசை...

தேனை விட சுவை மிக்க
தன்னிகரற்ற தாய்த்தமிழை வானுயர்த்த ஆசை...

அனுபவத்தில் தலை சிறந்து
வழிக்காட்டியாக வாழ்ந்த பெற்றோரை
முதியவர்கள் இல்லத்தில் சேர்க்காத நிலை காண
ஆசை...

எல்லோரும் ஒற்றுமையாக
இயற்கை தாயின் மடியில் வாழ்ந்து சரித்திரம்
படைக்க
ஆசை...

இவையே என் ஏக்கம்!

செ.சினேகா

காதல் கிறுக்கல்கள்

கானல் நீர் போல்
மாயம் செய்யும் கிருக்கா

கற்பனைக்கும் எட்டாத
என் முதல் கவிதை நீ

நீண்ட ஆண்டுகள் தவத்தின் வரம் நீ

கடவுளிடம் நிமிடங்களை அழகாக்கிட கேட்டேன்

கடவுளோ என் வாழ்நாளையே அழகாக்கி
தீடிர் கானல் நீர் போல் உனை அனுப்பிய
மாயமென்ன

என் எழுத்துகளின் கிருக்கல் நீ

உனை ரசிக்க வந்த கிருக்கி நான்

என் உணர்வுகளின்
ஸ்வரம் நீ

உனைபற்றி கவிஎழுத வார்த்தைகளை எங்கு
தேடுவேன்,,,,

கோகிலவாணி பழனிசாமி

வார்த்தைகள் அனைத்திலும் நின் பிம்பம் கானல்
நீராக வரிகளின் துளிகளாய்...!!!

இக்கவி போதாது நினை வர்ணிக்க

தூவல் கொண்டு அனுதினமும் கிருக்குவேனடா....!!!!!

உள்ளத்தால், உணர்வுகளால்
நித்தம் நித்தம் என் நினைவில் நீயடா....

நித்திரை தூக்கம் இழந்தேனடா....!!!!

நீ கிருக்கிய வார்த்தைகளில் பிறந்தவள் உன் காதல்
கிருக்கியடா!

- ஸ்ரீ

பயணம்

பனிக்குடத்திலிருந்து உடைய ஆசைப்பட்டேன்
பல இன்னல்களைத் தாண்டி வெளியே வந்தேன்
வயது பருவங்களைத் தாண்டி சென்றேன்
ஒவ்வொரு பருவங்களிலும் பல விதமான
மாற்றங்கள்
மாற்றங்களை வாங்கிக்கொண்டு நகர்ந்தேன்
பலருக்கு கிடைக்காத படிப்பு என்ற புதையல்
அடைந்தேன்
பலர் ஏதேதோ பெயர்கள் சூட்டினார்கள்
எதற்கு என்றேன், வாழ்வின் இலக்கு என்றார்கள்
நானும் எனது கனவு கோட்டையை கட்ட
ஆரம்பித்தேன்
ஒவ்வொரு இரவும் கோட்டையை நினைத்து
கொண்டேயிருந்தேன்
அதற்கு உயிருட்டவும் நினைத்தேன்
கனவு ஆசையாக உருப்பெற்றது
ஆசையும் கனவையும் ஒருங்கமைத்து
ஓடுகின்ற நதிபோல் ஓடிக்கொண்டிருக்கிறேன்
என் வாழ்வின் இலக்கை அடைய!

இளம்பாரதி மு.பிரபாகரன்

கோகிலவாணி பழனிசாமி

காணாமல் போன கண்ணீர்

விடுவிக்க முடியாத பந்தம் எல்லாம் என் சொந்தம்
ஆகி
போனதும் விடை கொடுத்து பிரிந்த
கதை என்னுள் வினாவாகி போனதே!!!

வினாவாகி விடை தேடி கனாவாகி தடை கூடி மனம்
கணமாகி வலியால் ரணம் நாடி
வந்ததே, என் நாடி நலிந்து வெந்ததே!!!

தேடிய உறவு தெளிவில்லாமல் பிரிந்து,
கூடிய உறவு குறைகளை கண்டு மறைந்து,
நான் வாடிய பயிராய் வதங்கி வளைந்து,
இதயம் இன்னலால் இடைவிடாது சிதைந்ததே!!!

சமூகம் பார்க்கும் பக்குவம் அடைந்தேன்,
வியூகம் வகுக்கும் வித்தையும் தெரிந்தேன்,
சமர் என்றால் எனக்கு நிகர் நானென்று
உணர்ந்தேன்,
உணர்ச்சி என்று ஒன்று என்னருகே நின்று
இன்னுயிரை
உருக்குழைத்தே!!!

தனக்கென்று ஒரு வேலை, அதன் காலை பற்றிய
காளை தறிகெட்டு ஓடி,
ஓய்வும் இன்றி ஓட சக்தியும் இன்றி தோய்வோடு
தோள்தேடி அலைந்ததே!!!

அரவணைப்பார் யாருமில்லை, ஆறுதல் மொழி
கூறவில்லை, இழுத்து பிடிக்க கைகள்
இல்லை, இவையில்லா என்னுள் உறுதியின் குருதி
இல்லை!!!

நம்பிக்கை குருதி என்னிலை கருதி
தன்னிலை மறந்து கண்ணீரை சுரந்து பிரவாகம்
மலரும்
நேரம் கண்ணீர் ஈரம் காணாமல்
கரைந்ததே!!!

சொந்தம் பிரிந்து, சுகத்தில் கலந்து, வினாவில்
தொடங்கி விடையில் தொலைந்து,
சமூகம் அறிந்து அதனுள்ளே தெளிந்து,

சமரோடு சரிந்து விரிந்த கண்ணீர் காணல் நீராகி
போனதே!!

பொய் சிரிப்பென்ற முகமூடிக்குள்ளே!

கோபி இராமச்சந்திரன்

கோகிலவாணி பழனிசாமி

மீளமுடியா நாட்கள்

என் மனதின் ஆசைகள்
பாவம் தான் செய்ததோ..

என் நீண்ட கனவுகள்
கண் இரண்டிற்குள் தொலைந்ததோ..

என் கடந்த காலங்கள்
நெஞ்சில் சொல்லா சுமையானதோ..

என் போலி சிரிப்புகள்
இன்று மெய்யென நின்றதோ..

என் இதய காயங்கள்
வெளி தெரியா வடுவானதோ..

என் ரண வலிகள்
நீங்கிட யுகம் பல ஆகிடுமோ..

நிலைப்பெற்ற சோகங்கள்
விடைபெற்று மறைந்திடுமோ..

மீண்டு எழுந்திடும் நாட்கள்
மீண்டும் என்னை நினைக்க தூண்டுமோ..

உடைந்து நிற்கும் என்னை
மண்ணில் வேரோடு புதைக்குமோ...!

-பிரித்தி

காதலும் கடந்து போகும் (கூகபோ)

நீ கவிதையா? ஓவியமா ? மலர்விழியே
பாலைவனமாக இருந்த என் வாழ்வில்
வண்ணங்கள் தந்த ஓவியமே
நொருங்கிபோன இதயத்திற்கு
ஆறுதல் வார்த்தைகள் தந்த கவிதையே
என் வாழ்வை ஓட்ட வைத்த பசையே
ஓட்டவைத்த பூந்தோட்டத்திற்கு
காட்டு தீ பறவியது ஏன் ?
உன் காதல் நாடகம் என்றவுடன்
வருத்தத்தினால் வாடினேன்
நான் ஏமாந்துவிட்டேன் என்றல்ல
நீ என்னை ஏமாற்றிவிட்டாய் என்று
அன்று உன் வருகை
எனக்கு கிடைத்த வரம்
என்று நினைத்து மிதந்தேன்
இன்று தான் புரிந்தது
நான் மிதந்தது கானல் நீரில் என்று !

-பி.அகூஷியா

கோகிலவாணி பழனிசாமி

கானல் காதல்

உனை நினைத்தேன்
உயிர் துடித்தேன்
உலகில் ஆயிரம்
பேருண்டு _ ஆனால்
உனைப்போல்
யாரும் இல்லை..

உறவுகள் பல
சுற்றிவரினும்
உன் மீது நான்
கொண்டது
காதலா ? நட்பா?
புரியவில்லை எனக்கு

நீ உனது காதலை
என்னிடம் மறைமுகமாக
நீ சொன்ன போது
உன்னை முதலில் எனக்கு பிடிக்க வில்லை

காரணம் உன் அழகு போதாது என்பதால் அல்ல
ஆனால் இன்று
உன் அன்பு என்னை
ஈர்த்து விட்டது

எனவே உனது அன்பை மறக்க
முடியாது.தினம்
உருக்குலைத்து போகிறது
என் இதயம்

உயிரே உன்னை
சந்திக்கும் போது
பிரிவு ஏற்படுமேன
நான் உணர்வே இல்லை
உன்னை பிரிந்ததனால்
என் மனம் தவிக்கிறது

உனை தினம் எதிர்
பார்த்து அந்த நாளுக்காக
என் உறவு காத்திருக்கிறது

என்றோ ஒரு நாள்
உறவு எதுவானாலும்
உன்னையும் என்னையும்
இணைக்கும் உறவு
அந்த ஆண்டவனுக்கு
மட்டும் புரியும்

உயிர் உள்ளவரை
தொடரட்டும் எம்
உறவுப்பாலம்
இப்பூமி மீது!

மேரி ஸ்வப்னா.ரா

கோகிலவாணி பழனிசாமி

அகவைக்கானல்

இயற்கை எழிலை கொஞ்சிட
மானுட பார்வை திகையுமா?
பரந்த உலகில் பறக்க
சிறகுகள் முளைக்க வேண்டுமா?

விடை இல்லா வினாக்கள்,
மழலைப் பருவ சிந்தனை!
மெய் அறிந்த முதுமை,
வினா எழுப்ப முயலாமை!

நினைவுக் கூட்டின் வாசலோ
இளமை தேடி உலவும்!
அகவை ஏட்டின் தாளோ
உவகை பொங்கி மகிழும்!

நினைவே இருந்தும் மறையாதே!
கனவே வந்ததும் கலையாதே!

வேனல் மழையில் நனைந்தே
கானல் கதையில் வாழாதே!

- ரஞ்சனி பழனிசாமி

மாறாது என் காதலே...

முதன் முறை பார்த்ததும்
உன்னிலே உள்ளம் தந்து
காதல் உருவாக
மெழுகாய் உருகவே செய்கிறேன்
உன் விழிகள் தாக்கும் பார்வைகளிலே...

வார்த்தைகளால் உன்னை வெல்ல நினைத்தும்
உன் குரலாலே என்னை அடிமை ஆக்குகிறாய்...

என் காதலதை சொல்லி விட ஆசைதான் ஆனாலும்
நீ தரும் பதில் நினைத்தே
ஒரு கணம் ஸ்தம்பித்து போகிறது என் இருதய
துடிப்பு...

இருந்தும் கானலாய் தொலைகிறேன் கனாக்களில்...

சொல்லாமலே சொர்க்க சுகம் உணர்கிறேன்
உன் மீது கொண்ட ஒரு தலை காதலால்...

உன் அருகில் நானிருக்க
என் துடிப்பு நீயறிய ஆசைதான்...
உன் தோள் சாய்ந்து
உன்னை தொல்லை செய்ய ஆசைதான்...

உன் நெஞ்சில்
என் கன்னம் வைத்து
நெகிழும் அன்பு அதை அடைய
ஆசைதான்...

கோகிலவாணி பழனிசாமி

உன் கைகள் கோர்த்து
மலர் மாலைகள் மாற்றி கொள்ளவும்
ஆசைதான்...

புடவை நான் சுற்றி கொள்ள
அதில் பூக்களாய் நீயிருக்க
ஆசைதான்...

காலங்கள் கடக்காது கதை பேச
ஆசைதான்...

காணாத உலகம் உன்னோடு காண
ஆசைதான்...

இன்னும் எத்தனை எத்தனையோ ஆசைகள்
மனதோடு
இருந்தும்
வெறும் கனவாகவும் நினைவாகவுமே
நேரத்தை சிறை பிடிக்கிறது
உன் மீது நான் கொண்ட காதல்...

என் காதலை நீ ஏற்காத போதும்
எனக்கு நீ கிடைக்காத போதும்
உன் வாழ்க்கை துணை வேறொருத்தி ஆகும்
போதும்
மாறாது என் காதலே...

என் காத்திருப்பும் அதன் கதவை மூடி கொள்கிறது
உன் காதல் அது எனக்கில்லை எனும் போது...
ஆனால் என் காதல் மட்டும் காற்றாய் நிறைந்து
கொண்டே இருக்கிறது
உன் மீது கொண்ட பற்றடைய
நினைவுகளை மட்டும் நீளச்செய்து...

நினைவாக என்னுள் நீ இருக்க
நிறைவேறாத நிராசையாய் நீ தொலைவாகி
போகிறாய்...

அன்று எதுவும் அறியாது காதல் கொண்டேன்
இன்று உனை அடைய பெற மாட்டேன் என அறிந்தே
என் காதலை தொடர்கிறேன்...

கனவுகளிலும் மாறாது என் காதலே!

கவியாரணி,
சாமிவேல் கிருஷாந்தி.

கோகிலவாணி பழனிசாமி

கானல் கண்மணி

உன்னிடம் காதல்க்கொள்ள
ஆசை?
உனக்காகவே நான் வாழ்வதென்றால்.

உன் இதயமாக பிறக்க வேண்டும் என்று ஆசை?
உனக்காகவே துடிப்பதென்றால்.

உன் தோளில் சாய்ந்துக்கொள்ள ஆசை? என்
தோழியாகவும்
நீ இருப்பதென்றால்.

உன் மடியில் நான் உறங்க வேண்டும் என்று
ஆசை?
ஒவ்வொரு நொடியிலும்
உன் மடியில் உறக்கமாய் இறப்பதென்றால்.

பனி துளியாய் சற்று உருமாற ஆசை?
உன் அழகு பட்டே நான் கரைவதென்றால்.

ஒவ்வொரு முறையும் சாக
கூட ஆசை?
உனக்காகவே மீண்டும் பிறப்பதென்றால்.

அனைத்து மொழியிலும் உன்னை வர்ணிக்க ஆசை?
வானமே காகிதமாய் கிடைப்பதென்றால்.

கடற்கரையில் நம் நடந்திட ஆசை?
உன் கால் தடம் மண்ணில் என் கால் தடம்
புதைவதென்றால்.

கடல் அலையோடு உன்னிடம்
விளையாடிட ஆசை?
நீ விளையாடும் அழகை
நான் ரசிப்பதற்க்காக.

ஒவ்வொரு இரவிலும் கனவுகள் ஆசை?
நீ கனவிலும் வருவதென்றால்.

மழை நீராய்ப்
சற்று உறுமாற
ஆசை?
உன் மேனியில்
நான் நனைவதென்றால்.

ஒவ்வொரு நாளும் விடிந்திட ஆசை? விடியலும்
உன்னிடமே கழிவதென்றால்.

உன்னிடம் மீண்டும் ஒரு முறை வாழந்திட ஆசை?
வாழ்ந்த நாட்கள் மீண்டும்
கிடைப்பதென்றால்

இந்த ஆசைகள் அனைத்தும் எனக்கு நிறைவேறாத
ஆசை?

- ராகுல் பிரசாத் சு

நான் காதலிக்கிறேன் அவளை

நான் காதலித்தேன் என் ஏழ்மையை

நான் காதலித்தேன் என் வறுமையை

நான் காதலித்தேன் என் பசியை

நான் காதலித்தேன் என் சூழ்நிலையை

நான் காதலித்தேன் என் கஷ்டப்பட்ட

அனுபவங்களை

நான் காதலித்தேன் என் இருக்க இடமில்லாமல்

தஞ்சம்

புகுந்த இடங்களை எல்லாம்

நான் காதலித்தேன் எனக்கென்று ஒன்று

கிடைக்காதா

என்ற ஏக்கங்களை

நான் காதலித்தேன் இந்த சமூகம் கொடுத்த ஏழ்மை

பட்டத்தை

நான் காதலித்தேன் யாராவது எனக்கென்று

இருப்பார்களா என்ற உணர்வை

நான் காதலித்தேன்...

கடைசியில் ஒருவள் வந்தால்

அவளை காதலித்தேன்

அவளையே கரம் பிடித்தேன்

இன்று வரை கை கோர்த்து வாழ்கிறேன் அவளோடு

அவள் காதலி அல்ல

என் கரம் பிடித்த தெய்வம்

இன்று வரை கரை சேர்த்துக் கொண்டிருக்கிறாள்

என்னை

கவிதை எழுத தோன்றுகிறது

அவள் கவிதை அல்ல என் உருவம்

இன்று வரை என் சந்தோஷங்களையும்

என் துக்கங்களையும் பகிர்ந்துகொண்டு

என்னை அரவணைத்து

என் வாழ்க்கையில் புது புது பூக்களாய் பூக்கின்றாள்

அவள்

அவள் பூந்தளிர் தான்!

-செல்வகுமார்

மீண்டும் வராதா?

நெடும்பகல்
நீள்நிசியென பாராமல்
நாம் கொண்ட காதலெல்லாம்
நெடுநாட்களாயினும்
நீங்காமல் நினைவுகளாய்
என்னுள் எழ...

அதை நினைத்து
மனமார நான் சிரித்து
அடக்க முடியாமல்
மறுகணமே யான் தவித்து
கண்களிரண்டுலும்
கண்ணீர் வர...

ஏங்கியது
என் உள்ளம்
ஏதிலியைப் போல்...
நாம்
காதல் பழகிக்
களித்ததுக் கிடந்த
பொழுதுகள் அனைத்தும்
மீண்டும் வராதா என்று!

- கா. அ. பாத்திமா ஜாப்ரின்

தந்தையின் உருதுணை!

அன்று அவள் பிறந்து அறுபத்தி ஆறாம் நாள்
அனைவராலும் அள்ளி அணைக்கப் பட்டாள்
நீ பெரிய ஆள் ஆகாணும் என்கிற பச்சை
பொய்களோ
பரிசாக !
வளரும் வயதிலே
இதை செய்யலாம் என்று ஐந்து
செய்யகூடாது என்று ஐம்பத்தி ஐந்து
முகத்தின் முன் நீ படி தாயி
பின்வாசல்களிலோ தாரகர்களின் வருகைகள்
பின் ஏனோ பொய் நம்பிக்கைகள்
பாக்கியமே பாரமாக மாறிட
என்னத்த சொல்ல எவனை நம்ப
இது தான் நீங்கள் சொன்ன
அந்த பெரிய ஆளோ!!

- நன்றிகளுடன் அன்பு மகள்
நா.வசந்தி

கோகிலவாணி பழனிசாமி

நான்கு கால் தோழனே

தனிமை எனும் அச்சம்
போக்கும் உறவு

கவலை யாவும் நொடியில் மறையும் உன் அருகே

கோபமும் தனியும் சிறு வாலை நீ அட்டையிலே

குழந்தை போல உன் குறும்பு உன்னை
காண்போரின்
சிரிப்பிற்கு காரணமாகுமே

என் கண்ணீர் துளிகளை மறைக்கும் உன்
வேடிக்கையான பார்வையும் நடையும் எங்கே..

என் மனதின் மகிழ்ச்சியாய் இருந்த நான்கு கால்
தோழனே - நீ எங்கே சென்றாயோ..

என் ஆனந்த சிரிப்பாய் இருக்கும்- நீ என்னை காண
வருவாயா!

-ச.இந்துமதி

நிறைவேறா ஆசைகள்

ஓரறிவு கொண்ட
ஒற்றை மரமாக பிறந்திருக்கலாம்,
ஒய்யாரமாய் காற்றோடு கதைத்திருந்திருப்பேன்.....

ஈரறிவு கொண்ட
இறால் மீனாக பிறந்திருக்கலாம்,
இன்பமாய் கடலோடு
கலந்திருந்திருப்பேன்.....

மூன்றறிவு கொண்ட
முசுடாகக் கூட பிறந்திருக்கலாம்,
மூலைமுடுக்கெல்லாம் சுற்றி
திரிந்திருந்திருப்பேன்.....

நான்கறிவு கொண்ட
நாக்கு பூச்சியாக பிறந்திருக்கலாம்,
நாட்டமின்றி நடனம்
ஆடித்திருந்திருப்பேன்.....

ஐந்தறிவு கொண்ட
ஐராவதமாகக் கூட பிறந்திருக்கலாம்,
ஐயமின்றி ஆண்டவனோடு
ஐக்கியமாகியிருந்திருப்பேன்.....

கோகிலவாணி பழனிசாமி

-பரிதி

ஆனால் நானோ
ஆறறிவு,
அதிலும்,
பகுத்தறிவு கொண்ட
மனிதப்பதராக
அல்லவா
பிறந்துவிட்டேன்,
பணத்திற்கும்,
பதவிக்கும்,
மதத்திற்கும்,
மனிதத்திற்கும்,
பொறுமைக்கும்,
பொறாமைக்கும்,
வெற்றிக்கும்,
வேலைக்கும்,
நடுவில்,
நித்தம் சுழன்று,
நீங்கா கனவுகளோடு,
நிறைவேற ஆசைகளோடு
தொடர்கிறேன்
என்
வாழ்க்கை பயணத்தை!

-பரிதி

நினைவோடு ஆசைகள்

வாழ்வில் ஆசைகள் வேண்டும்

காதலிக்க வேண்டும் ஆசைகளை

உழைப்பின்றி எதுவும் இல்லை

ஆசைகள் நிறைவேற தொடர்ந்து பல முறை

உழைக்க

வேண்டும்

நிறைவேறும் என்று நினைத்து மகிழ வேண்டும்

நிஜத்தில் ஒரு சில ஆசைகள் நிறைவேறும் நிச்சயம்

நிறைவேறாத ஆசைகள் நிறைவேறும்

நினைவுகளில்

நிஜத்தில் வரும் ஆனந்தத்தை விட நினைவில்

பெறுவது பேரின்பம்

இன்பம் அடைய முடியும் ஆசை நிறைவேறினால்

நிறைவேறாவிடில் நினைவால் ஆராய்வோம்

அளவுக்கு மீறினால் அமிர்தமும் நஞ்சு

அளவோடு ஆசைப்படு வாழ்கையை அழகாக்க

ஆசையே அலை போலே

நிறைவேறாத ஆசைகளை அலைகளால் ரசிப்போம்_

நிஜத்தால் அடைய முடியாத ஆசைகளை

நிறைவேறும் நினைவுகளால் மகிழ்வோம்

கவிஞர் மகாலட்சுமி
ராக்கியப்பன்

கோகிலவாணி பழனிசாமி

கலைந்த கனவு,
கதை சொல்லும் நினைவு.

நான் கல்லூரி செல்ல,
கனவு கண்டேன்.
கண்ணீரை வறுமையின்,
பரிசாக பெற்றேன்.

பூக்களும் பூக்க நினைக்கும்,
புன்னகைக் கூடு.
நான் விலகி நின்று சுவாசித்தேன்
காரணம்,வறுமைக் கோடு.

தவம் ஒன்று புரிந்தேன்,
கல்லூரி தடம் பதிக்க.
தவத்தை கலைத்தேன்,
பசியை ஒழிக்க.

காலங்கள் ஓடினாலும்,
கண்ணீர் நிற்கவில்லை.
முடிந்தது என்றாலும்,
மனம் ஏற்கவில்லை.

எனது காயங்கள் கனக்கின்றது.
ஆனால் ,
நினைவுகள் என்னுடனே நடக்கின்றது.

-பு.அஸ்வினி பிரியா

இருந்தும் இறந்தும்

சில நேரங்களில் இருந்தும் இறந்தும் வாழ்கிறேன்....

நிலையற்ற உன்னோடு ஏற்பட்ட நிலையான என்
காதலால் உன்டான அழியாத
நினைவுகளோடு...

இன்றோ என்னோடு நீ இல்லை ஆனால் நீ கொடுத்து
சென்ற
கண்ணீர் மட்டும் நீங்காமல் என் விழி ஓரம்
உன்னோடு பயணித்த நாட்களை
நினைத்தபடியே.....

மீண்டும் உன்னோடு பயணிக்க முடியாது என்று
அறிந்தும் எதிர்பார்ப்பில் வாழ்கிறேன் வாழ
வேண்டும் என்பதற்காக...

என் மீது நீ கொண்ட காதலை பற்றி உன் பிரிவில்
கண்டேன்....

உன் மீது நான் கொண்ட காதலின் புரிதல் என் விழி
நீருக்கும் தலையணைக்கும் என்
தனிமைக்கு மட்டும் புரியும்....

வலிகள் நிறைந்த வாழ்க்கையை எண்ணி
புன்னகையுடன் கடந்தேபோகிறேன்
எனக்கானவர்களுக்காக!

-ரேவதி பால்மாணிக்கம்

கோகிலவாணி பழனிசாமி

மெய்யும் பொய்யாய்

இருந்தும் இல்லாது
சென்றுவிட்டது....

குணமறியா சேர்க்கை
மனமறியா மழலை அவள்
மடிசாயத் தொடங்கிய
நாட்கள்...

காலம் கடப்பதும் அறியாது
கதைத்துக்கொண்டும்
கால்களின் வலியும் தெரியாது
அலைந்தும் திரிந்தோம்..

மழலை பருவத்திலே
மாராப்பு அணிந்து
மடந்தை அவள் போல்
எண்ணி சிரித்தோம்..

காலங்கள் கடந்தன
நிகழ்வுகளோ நினைவுகளாய்...

சாயக் கிடைத்த தோள்களுக்காய்
சாய்ந்துகிடந்த சிரமும்
அனைத்துக்கிடந்த கைகளுக்காய்
அனையக் காத்திருந்த மனமும்..
ஏங்குகிறது...

நேரம் இருந்தும்
கதைக்க முடியாது
வழிகள் கடந்தும்
வலிகள் மறையாது
எண்ணி தவிக்கிறது..

காலம் கையில் கிடந்தும்
பேச நினைக்காத
அன்பிர்க்காய்..
ஏங்கும் என் கண்களின்
கானலும் போகுமோ?.

மனம் மாறிய
மங்கையின் மயக்கமும்
உருமாருமோ?..

சொல்லாதும் செல்கிறாள்
எதிர்பார்ப்புகளை ஏமாற்றி
நினைக்காதும் நிற்கிறாள்
மணமறியா மயக்கத்தில்
புரிதல் அற்று போகிறாள்
மடந்தை அவள் கொண்ட
மழலை கோபத்தால்...

காலங்களும் கதையாக
உறவுகளும் நிலையாக
உற்று உறவாடுமா?
என்ற என் எண்ணமும் கனவாகுமா!

-தென்றல்

கோகிலவாணி பழனிசாமி

நினைவில் அவள்

உன் ஞாபகங்கள் மட்டும் என்னோடு பேச
நீ தொலைதூரம் போன மாயம் என்ன
முதல் முதல் சந்தித்த அந்த வகுப்பறை
நீ என்னோடு பேசிய முதல் வார்த்தை
நான் உன் கண்ணோடு தொலைந்த அந்த
நிமிடங்கள்
பெயர் எழுதி பொருத்தம் பார்த்த
என் நண்பனின் கணக்கு புத்தகம்
நான் உன் பின்னே அலைந்த
அந்த மாலை வகுப்பு சாலைகள்
என் மனதோடு இன்றும்
நிலையான நினைவாக இருக்க
நீ தொலைதூரம் போன மாயம் என்ன

-பிரசாந் ஞானம்

கண்ணறிந்த நீர்த்துளிகள்

தொலைந்த எந்தன் கனாவினை
நின் முகமே முகவரியாய்

அயறாத அழியாப் பந்தமாய் !

ஏனோ, காலத்தின் கட்டாயம்
பிரிவின் தொடக்கம்!

அந்தம் அடைந்த சிரிப்பு
தஞ்சமின்றி தவிக்கும் இருதயம்!

நினைவின் மொழிகள் யாவும்
நிறைபடா கவிகளாய்!

தவிப்பின் தொடக்க ஆட்டம்
கண்ணீர்த் துளிகளின்
நீரோட்டம்
பிரிவினால் நாழிகையின் ஊசலாட்டம்!

தனிமையின் இராம இராஜியம் !

தொலைந்த என் காதல் நாட்காட்டின் தாள்கள் போல்
காலங்கள் யாவும் கரைந்தோடுகிறது!

-ப.ஹரிணி(கவியின் காதலி)

கோகிலவாணி பழனிசாமி

சிதறிப்போக

கலைந்து போகும் மேகங்களில்,
கலையாத பல நினைவுகள்,

காற்றின் துணையோடு மரங்கள் இசைபாட,
குயில்களின் கூச்சலில் அவள் குரல் கேட்க,

வேண்டும் என்ற ஆசையில் வெகுதூரம் கடக்க,
வேண்டாம் என்ற எண்ணத்தில் இதயம் சிதற,

பாடல் வரிகளில் சரணம், பல்லவியின் பங்கு
எப்படியோ,
அப்படித்தான் அவள்
இவன் வாழ்வின் முழுமதி,

இழுத்து அணைக்கத்தான் ஆசை,இவனையும் இவன்
நினைவுகளையும் அவள் நினைவால்

ஈஸ்வர்

விடுப்பட்ட நட்பு...

அத்தனை
எளிதாய்
கடந்துவிட
முடிவதில்லை
அவள் நினைவை...

சில சமயம்
ஆறுதலுக்கு ஏங்கும்
பொழுதும்...

சில சமயம்
மகிழ்வு பகிர்தலை
முன்னிறுத்தும் பொழுதும்...

சில சமயம்
கண்ணீர் துடைக்கும்
கரங்கள் தேடும் பொழுதும்...

என்
அத்தனைக்கும்
அவளே நிவாரணமாய்
இருந்ததிலிருந்து...

கோகிலவாணி பழனிசாமி

-மகா

பிரிவு
ஆற்றாமைக்கு
பதிலிகள் தேடி

எதிலும்
அவள் நட்பின்
ஸ்பரிசம்
கிடைக்காத
பொழுதில்

தேடிய
தருணம்
மொத்தமும்தான்
வலிக்கிறது..

முன்பெல்லாம்
நட்பாய் இனித்த
அவளது அன்பு!

-மகா

எனக்கு மட்டும்

ஆசை ஒரு அழகான ராட்சஷன்
மனதில் வரிசையாய்
பல எண்ணங்களை
சுமந்து நின்றவை எல்லாம்
முதலில் நீ போ,
நீ போ என்று
எட்டி குதித்து
காணாமல் போனது

கனவுகள் மெல்வதற்கு
மட்டும் தான்
சுகமாக இருக்கும்
கிடைக்கப்பேராத கனவுகளின்
பரிணாம வளர்ச்சியாக
மனிதனுக்கு கிடைத்த
பரிசுதான் ஏற்றுக்கொள்ளுதல்
என்னும் பண்பு.

என் கனவுகள்
எல்லாம் எனக்கு மட்டுமே!

- கிருஷ்ணகுமார் பாண்டியன்

கோகிலவாணி பழனிசாமி

முப்பொழுதும் உன் கற்பனைகள்

பூட்டிக்கிடந்த தெருவோர வீடு
புதிதாய் தெரிந்தது இன்று
சலங்கை ஒலி சத்தம் கேட்டு
சட்டென்று திரும்பினேன்

அவளை பார்த்ததுக்கூட இல்லை
பலநாள் பழகிய உணர்வு
அவளது முதல் பார்வையிலே
நான் முழுவதுமாய் தொலைந்து போனேன்

காரணம் பல சொல்லி
அவள் வீட்டு கதவை தட்டினேன்
அவளது வருகைக்காக காத்திருந்து காத்திருந்து
காலாவதியாகி போனேன்

தரிசனம் தந்திட தவம் கிடந்தேன்
கடைக்கண் பார்வைக்காக காத்து கிடந்தேன்
அவள் மீண்டும் வந்தாள்
அவளிடமிருந்து நான் மீளவில்லை!!!

எப்பொழுதும் சிந்தனையில் என்னை
சிறைபிடிக்கிறாள்
அவள்...
முப்பொழுதும் அவளது கற்பனையில்
மூழ்கி கிடக்கிறேன் நான்.....

நினைவின் மடியில் உறவும், நானும்

உறவினர்களின் உதாசீனப் பேச்சினால்
உள்ளமானது
வாடிப்போனது !

வாடிய மலருக்கும் வாசமுண்டு என்ற நினைவோடு
அவர்களுக்கு விடைசொல்ல விடா
முயற்சியோடுதான் உழைக்கின்றேன் !

நினைத்ததை முடிக்க நான் நினைக்க,
நான் நினைத்ததை தடுக்க அவர்களெடுத்த
முயற்சிகள்
எத்தனை எத்தனையோ !

உயர்வுக்கு சென்று விடைகொடுக்க ஆசையில்லை !

அவர்களின் ஏளனத்திற்கு ஏற்ற விடைகொடுக்கவே
ஆசை உள்ளது !

வறுமைக்கு என் வீட்டை பிடித்து விட்டதால்,
வாழ்ந்து விட்டது எங்களோடு !

அப்போது,
கரம் கொடுத்து உதவாவிடினும் தரம் குறைத்து
இகழலாமோ !

உயர்ந்த நிலைக்கு செல்ல நினைக்க !
தொடர் முயற்சியுடன் கூடிய பயிற்சிகள் இருக்க !
வெற்றியை நோக்கி சென்றுகொண்டிருக்க !

உதாசினப்படுத்திய உறவுகளுக்கு,
உண்மையான அன்பாகிய நான் நினைத்ததை
அவர்களுக்கு கொடுக்க நித்தமும்
நினைக்கும் நினைவுகள் நீங்காமல்
என்னுளிருக்கிறது !

- நெல்லை சதிஸ்

கோகிலவாணி பழனிசாமி

இதுவா கடவுள் ?

சாணியிலும் சாம்பிராணியிலும் அறிவியலோ
சகலரும் சமம் என்பதில் சாமியோ

வட்டிச் சோற்றிற்கு வக்கில்லை
வயிற்றிலோ சிறு துளி ஈரமில்லை
வைக்கிறான் அவன் முன் "பெரு" மதம் !!
உதவிக்கு உணவா ? உள்ளுறை மதமா ?

கண் கொட்டும் இடமெல்லாம் கருநிற ஆடை
அங்கும் கண்களின் மிரட்சியே தெரிகிறது
அயலார் கண்பட்டால் அரண்டு போகுமாம்
வாழ்க்கை !
ஆளுமையை அடக்கச் சொன்னதோ உம் கடவுள் ?
பேதைப் பெண்ணிற்கு வீட்டிலேனும் வண்ணம்
உண்டோ ?

பூப்பெய்தி மாது உணரும் முன்பே
பூமேடை ஏற்றிப் புணர்த்தி- அவளுக்குப்
பூலோகத்தையே தலைக் கவிழ்த்திச்
சுழலச் செய்வீர் !

கண்ணது "கண்ணவன்" கரம் காணும் முன்னே
பாடைத் தோரணையில் அவனுக்கு அலங்காரம்

இனி இவாளுக்கும் வண்ணம் இல்லை, வெண்மை !
வெளுத்துப்போன வானம்.. வெட்டியாய்ப் போன
இளமை!
இவை சாஸ்திரமோ ? சாபக்கேடோ?

கடந்து உள்ளே சென்றுக் காலூன்றி
மூடம் பழக்கும் மூலம் தான் கடவுளா ?
இல்லை,
கடவுள் நிச்சயம் உண்டு
மூடத்தினால் மட்டுமே கேள்வி எழுகிறது !

-வீ. ஹேமவர்த்தினி

கோகிலவாணி பழனிசாமி

-நாமக்கல் செந்தில்

வாடாத நட்பு

கல்லூரி எனும் பரிசு பெட்டியில் கிடைத்த பொக்கிஷ
உறவு,
உரையாடல் நாட்கள் பல கடந்தாலும்,
வயது முதிர்ந்தாலும்,
நம் மீதான உரிமை
வார்த்தை மாறாமல்,
நம்மை சந்தோசப்படுத்துகிறது மறையாத நமது
நட்பு,
உண்மையாக
தொடர்வதனால்!

-நாமக்கல் செந்தில்

தீரா காதல்

உலகை மயக்கும் உன் விழியில்
சிறைப்பட ஆசை!

நட்சத்திரங்களைக் கொண்டு நம் கரங்களை
ஒரு சேர கட்டி வைக்க ஆசை!

உன் இதயம் எனும் கூட்டில்
வாழ்நாள் முழுதும் வசிக்க ஆசை!

உன் பேரன்பு அனைத்தும்
பெற்றவளாய்
உலகையே உலா வர ஆசை!

தள்ளாடும் வயதிலும் துளியும் குறையாத
உன் காதலை அனுபவிக்க ஆசை!

வருடங்கள் கடந்தும் உன் அழகிய
முகத்தை பார்த்திட ஆசை!

கோகிலவாணி பழனிசாமி

கனவிலும் உன்னையே வரவேற்று
நம் காதலை தொடர ஆசை!

ஏனோ,

ஆசைகள் அனைத்தும் நிறைவேறாது
வெறும் ஆசையாவே மாறிவிட்டதே...
இருந்தும், உன் மீதான தீராகாதல்
நீங்கா நினைவாய் என்றுமே என் இதயத்தில்!

-சினேகா சிவகுமார்